Lodipo
mama

Imeandikwa na John Nga'sike
Imechorwa na Zablon Alex Nguku

Library For All Ltd.

Library For All ni Shirika lisilo la Kiserikali la Australia lenye lengo la kufanya maarifa yafikiwe na watu wote kupitia suluhisho bunifu la maktaba ya mtandao/kidijitali. Tutembelee kwenye libraryforall.org

Lodipo amtoroka mama

Toleo hili lilichapishwa 2022

Imechapishwa na Library For All Ltd
Barua pepe: info@libraryforall.org
URL: libraryforall.org

Library For All inatoa shukrani na inathamini michango ya wote waliofanikisha matoleo ya awali ya kitabu hiki.

www.africanstorybook.org

Michoro asilia imechorwa na Zablon Alex Nguku

Lodipo amtoroka mama
Nga'sike, John
ISBN: 978-1-922910-18-9
SKU02964

Lodipo amtoroka mama

2

Hapo zamani za kale, paliishi mzee aliyeitwa Lodipo.

Aliishi na wakeze wawili, Akila na Akitela.

Mamake Lodipo alikuwa kipofu.

Akitela pekee ndiye aliyekuwa akimsadia.

Siku moja, Akila alimwambia Lodipo, "Tuondoke kijijini humu twende kuliko na amani."

Kijijini mwao kulikuwa na uvamizi wa mara kwa mara.

Lodipo akamwambia
Akila kuwa hawangeweza
kumuacha mama yake pekee.
Akila alisisitiza waondoke na
wamuache ajuza huyo.

"Kama wewe hutaki kuondoka
hapa, mimi nitarudi kwa
wazazi wangu," Akila
alimfokea Lodipo.

Lodipo alimpenda sana Akila.
Hivyo, alikubaliana naye na
kupanga watakavyotoroka.

Akitela alishangazwa na
haya yote.

Siku moja, mamake Lodipo alikuwa ameketi chini ya mti. Hakufahamu kilichokuwa kikiendelea.

Huku akimwangalia na kumhurumia, Akitela alitafakari, "Itakuwaje tukimwacha peke yake?"

Lodipo na wakeze wawili walipakia mizigo yao kwenye ngamia wao wawili. Wakaondoka kimya kimya bila kumuaga yule ajuza.

Akitela alikuwa akilia kwa huzuni ya kumuacha mama mkwe. Aliwaza, "Nitajificha nirudi kuwa naye."

Ajuza huyo alipoachwa peke yake nyumbani, alilia na kuimba wimbo huku akimtaja Lodipo.

Punde, Lodipo na wakeze wawili walipoondoka, wezi wa mifugo walivamia kijiji.

Wezi hao walimwambia
ajuza awaeleze alikokwenda
mwanawe.

Majambazi hao walimwambia
kuwa wangemtafuta Lodipo
wamuadhibu.

Ajuza aliwaomba majambazi
wasimdhuru Akitela.

Pia aliwaambia wamrudishie kondoo dume aliyekuwa amechukuliwa na Lodipo.

Majambazi walimtafuta Lodipo na kumpata katika kijiji kipya.

Walimshambulia Lodipo na Akila, mkewe wa pili.

Akitela alirudi kijijini pamoja na yule kondoo dume wakaishi kwa furaha.

Unaweza kutumia maswali haya kuzungumza kuhusu kitabu hiki na familia yako, marafiki na walimu.

Umejifunza nini kutoka kwenye kitabu hiki?

Elezea kitabu hiki kwa neno moja. Kinachekesha? Kinatisha? Kina rangi nzuri? Kinavutia?

Je, kitabu hiki kilikufanya ujisikie vipi ulipomaliza kukisoma?

Ni sehemu gani uliipenda zaidi kwenye kitabu hiki?

Pakua programu yetu ya msomaji
getlibraryforall.org

Kuhusu wachangiaji

Library For All hufanya kazi na waandishi na wachoraji kutoka duniani kote ili kutengeneza hadithi mbalimbali, zinazofaa na za ubora wa juu kwa wasomaji wachanga.

Tembelea libraryforall.org
upate habari mpya kuhusu matukio ya waandishi na semina, vigezo vya uwasilishaji wa hadithi na fursa nyingine zenye ubunifu.

Je, ulifurahia kitabu hiki?

Tuna mamia ya hadithi za asili zilizoratibiwa kwa ustadi zaidi unazoweza kuchagua.

Tunafanya kazi kwa ushirikiano na waandishi, waelimishaji, washauri wa kitamaduni, serikali na mashirika yasiyo ya kiserikali ili kuleta furaha ya kusoma kwa watoto kila mahali.

Ulijua?

Tunaleta mchango mkubwa kimataifa katika nyanja hizi kwa kukumbatia Malengo ya Maendeleo Endelevu ya Umoja wa Mataifa.

libraryforall.org

CPSIA information can be obtained
at www.ICGtesting.com
Printed in the USA
LVHW070935140223
739387LV00021B/1819

9 781922 910189